બિલ્લુ મૂર્તિકાર

પદ્મશ્રી પ્રાણ

મોરિસ હોર્ન, વર્લ્ડ એન્સાયક્લોપીડિયા ઓફ કોમિક્સના એડિટરે કાર્ટૂનિસ્ટ પ્રાણને વોલ્ટ ડિઝની ઓફ ઈન્ડિયા કહાં છે. એમની કોમિક્સ પેઢી દર પેઢી વધી રહેલાં નવયુવાનોની હંમેશાં સાથી રહી છે, એમણે એના કેરેક્ટર્સ ચાચા ચૌધરી, સાબૂ, શ્રીમતીજી, પિંકી, બિલ્લુ, રમન વગેરેના મનોરંજનની ભરપૂર મજા ઉઠાવી છે. એમના ૫૦૦થી વધારે ટાઈટલ્સ માર્કેટમાં વેચાઈ રહ્યા છે અને સ્ટ્રિપ્સ ડઝનો ન્યૂઝ પેપર્સમાં છપાઈ રહી છે! ચાચા ચૌધરી પર આધારિત બનેલી ટી.વી. સીરિયલ સતત ૬૦૦ એપિસોડ્સ સુધી એક મુખ્ય ચેનલ પર બતાવવામાં આવ્યા!

વિશ્વના કેટલાય દેશોનું ભ્રમણ કરી ચુકેલા, ત્યાંની કોન્ફરન્સોમાં કાર્ટૂન્સ પર સ્પીચીસ આપવાવાળા પ્રાણને લિમકા બુક ઓફ રેકોર્ડ્સે પીપલ ઓફ ધી યર એવોર્ડથી સન્માનિત કર્યા છે. ૧૯૮૮માં એમની કોમિક બુક - 'રમન, હમ એક હૈં'નું વિમોચન તત્કાલીન પ્રધાનમંત્રી શ્રીમતી ઈન્દિરા ગાંધીએ કર્યું.

- પ્રકાશક

આવો.

આ મૂર્તિની ફિનિશિંગમાં મારી મદદ કરો.

શાબાશ ! સારું કરી રહ્યો છે.

તું એક દિવસ મોટો મૂર્તિકાર બનીશ.

હવે આ પૂરી રીતે તૈયાર છે.
કાલે મંત્રીજી એનું ઉદઘાટન કરશે.

તું આની પર કપડું ઢાંકી દેજે. હું હમણાં જ આવું છું.

ઓહ !

આ તો બહુ જ ખરાબ થયું. હવે શું કરું ?

મગજ દોડાવવું પડશે.
નહીંતર બધું બગડી જશે.

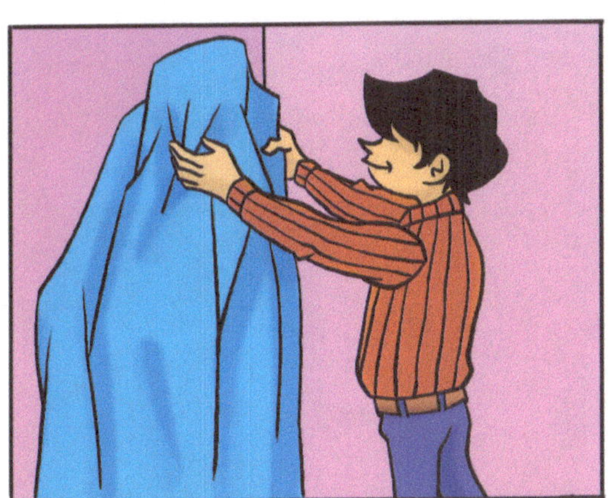

કરી દીધું. શાબાશ.

બીજા દિવસે-
મંત્રીજી, મૂર્તિનું અનાવરણ કરો.

આ શું ?

આ શું છે ?

સત્યાનાશ!
આવી મૂર્તિ મેં તો પહેલા ક્યારેય નથી જોઇ.

www.chachachaudhary.com

પ્રા૦૧
ચાચા ચૌધરી
અને
કુંભ મેળો
કુમ્ભ પ્રયાગરાજ 2019
સ્પેશલ
મકર સંક્રાન્તિ ૧૫ જાન્યુઆરી ૨૦૧૯
પોશ પૂર્ણિમા ૨૧ જાન્યુઆરી ૨૦૧૯
મૌન અમાસ ૦૪ ફેબ્રુઆરી ૨૦૧૯
વસંત પંચમી ૧૦ ફેબ્રુઆરી ૨૦૧૯
માઘ પૂર્ણિમા ૧૯ ફેબ્રુઆરી ૨૦૧૯
મહા શિવરાત્રિ ૦૪ માર્ચ ૨૦૧૯

ચાચા ચૌધરી
અને
કુંભ મેળો

પ્રા./
પદ્મશ્રી

ભાગ્યવાન! તું તીર્થસ્થાન પર જવા ઇચ્છતી હતી. પ્રયાગરાજમાં આયોજિત કુંભ મેળામાં જઈએ.

આ સારી રજાઓ રહેશે.

કુંભ મેળાનું આયોજન હિન્દુઓ દ્વારા પ્રયાગરાજ, હરિદ્વાર, નાસિક અને ઉજ્જૈનમાં કમથી દરેક ત્રીજા વર્ષે થાય છે.

www.chachachaudhary.com

કુંભ મેળો.
શૌચાલય
કુંભ મળામાં તીર્થયાત્રીઓ માટે રસ્તાઓ પહોળા કરવામાં આવ્યા છે અને ૧૯ પુલ અને ૬ અંડરપાસ બનાવવામાં આવ્યા છે.

આ વર્ષે કુંભ મેળાનું આયોજન લગભગ ૩૨૦૦ હેક્ટર ક્ષેત્રમાં કરવામાં આવ્યું છે, જે વીસ ભાગમાં ફેલાયેલું છે.

પહેલાં દેવતા અને રાક્ષસોમાં અમર થવાના વિચારથી કુંભ કળશની પ્રાપ્તિ માટે યુદ્ધ થયું હતું.
અમૃત કળશ લઈ જતાં સમયે વિષ્ણુ ભગવાનથી અમૃતની કેટલીક બૂંદો ચાર સ્થાનો પર પડી ગઈ હતી.
આ જ જગ્યાઓ પર કુંભનું આયોજન થાય છે.

નમસ્કાર, ચાચા ચૌધરી!

ચાચાજી, આ વખતે પ્રયાગરાજ કુંભ ૨૦૧૯માં લગભગ ૧૨ કરોડ તીર્થયાત્રીઓના આવવાનું અનુમાન છે.

આટલી વધારે સંખ્યામાં તીર્થયાત્રીઓ માટે ૧,૨૨,૫૦૦ શૌચાલય બનાવવામાં આવ્યા છે, ૨૦,૦૦૦ કચરાપેટી રાખવામાં આવી છે.
અર્ધ કુંભ દર છ વર્ષે અને મહાકુંભ ૧૪૪ વર્ષ પછી આયોજિત થાય છે.

યાત્રી કુંભમાં શટલ બસ કે ઈ-રિક્ષાથી ફરી શકીએ છીએ.

અહીંયા વિજળી, પાણી, બેન્ક, પાર્કિંગ અને એટીએમની સુવિધા ચોવીસ કલાક ઉપલબ્ધ છે.
ATM

સાબૂ, તું લેસર લાઇટ, સાઉંડ શો અને સ્વાદિષ્ટ વ્યંજનોનો આનંદ લઈ શકે છે.

કુંભ માટે ઉ.પ્ર. સરકારે ૪૨૦૦ કરોડ રૂપિયાની ફાળવણી કરી છે, જે ૨૦૧ ઉના કુંભના મુકાબલે ૩ ગણી વધારે છે અને લગભગ ૬ લાખથી વધારે લોકોને રોજગારનું અનુમાન છે.

સાબૂ! એને પકડો!

હૂબા! હૂબા!! તું આ કુંભ મેળાને નષ્ટ નથી કરી શકતો.
કોઈ ગોરાને રોકી નથી શકતો. હા! હા!!

સાબૂ! ફૉર્મ્યૂલા નં. ૨૬૫

ઓહ! બચાવો!!

શેર સિંહ, કુંભ મેળાને તહેસ-નહેસ કરવા ઈચ્છતો હતો.

આને જેલમાં પહોંચાડવો પડશે.
જેલ

શેર સિંહ, ભુલી ગયો હતો કે આ વર્ષે કુંભ મેળામાં કડક સુરક્ષા વ્યવસ્થા છે.

કુંભ મેળા પર ટપાલ ટિકિટનું ઉદ્ઘાટન.

ચાચા ચૌધરી
અને
ઉત્તર પ્રદેશ
પ્રગતિની તરફ...

પ્રણામ,
ચાચા ચૌધરી!

અમારા નવા મુખ્યમંત્રી આદિત્યન-ાથના આવ્યા પછી ઉત્તર પ્રદેશની ખૂબ જ પ્રગતિ થઈ છે.

લગભગ ૨૦૦૦ સરકારી અને ખાનગી હૉસ્પિટલોનું નિર્માણ થયું છે.

મને આ મકાન 'બધાનું ઘર હોય પોતાનું'. પ્રધાનમંત્રી આવાસ યોજના અંતર્ગત મળ્યું છે. આઠ લાખ પ્રાર્થનાપત્ર સ્વીકૃત થયા હતા.

આયુષમાન ભારત વિશ્વની સૌથી મોટી સ્વાસ્થ્ય યોજના છે. ૧૦ કરોડ પરિવાર એનાથી સ્વાસ્થ્ય સુરક્ષા સારવારનો લાભ ઉઠાવશે.

એલ.એચ.પી.એસ. પ્રત્યેક પરિવારને વાર્ષિક ૫ લાખનો વીમો આપશે.

ચાચાજી, અહીંયા પર કેટલીય કંપનીઓ સ્થાપિત થઈ ચુકી છે.

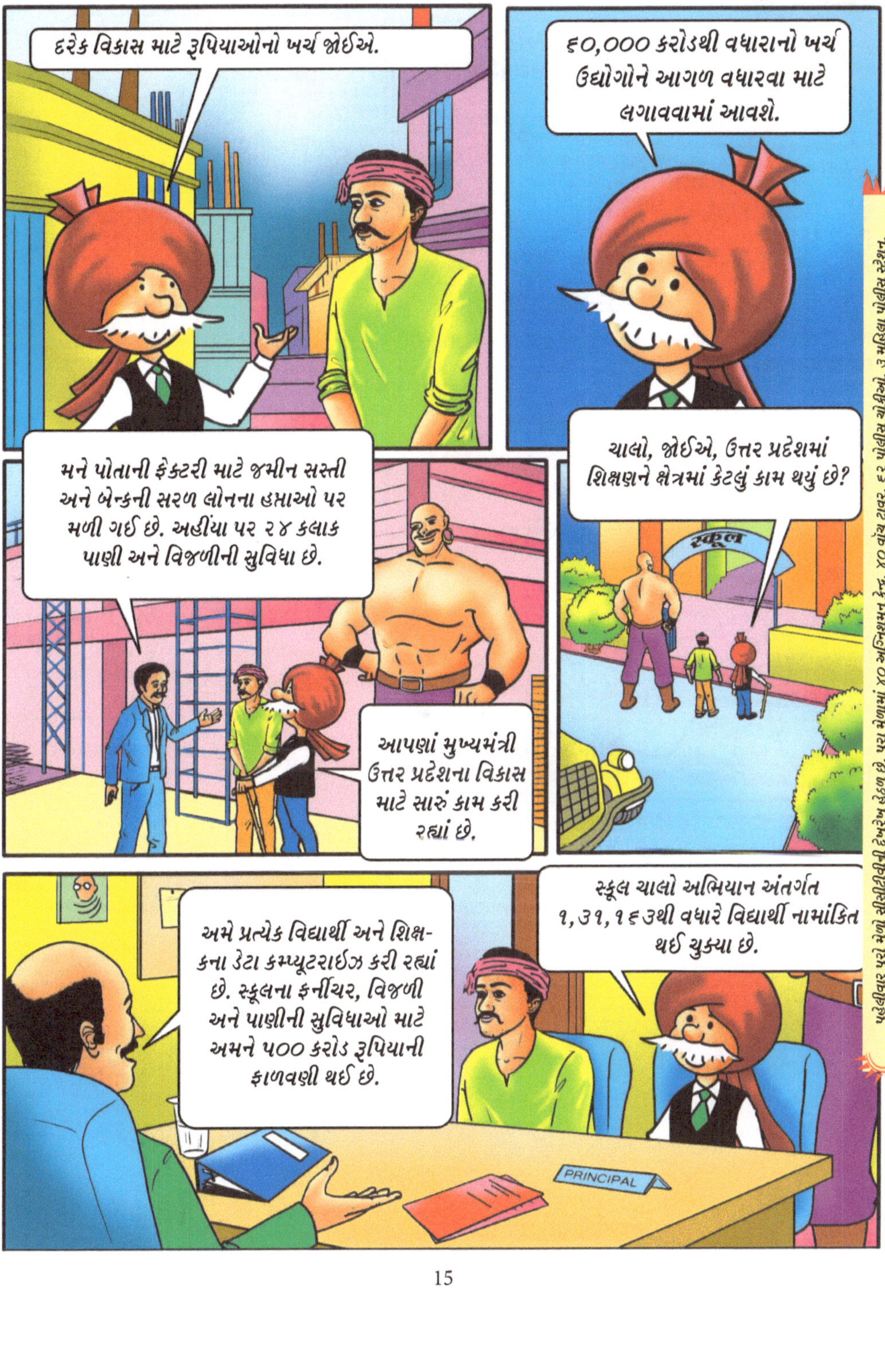

દરેક વિકાસ માટે રૂપિયાઓનો ખર્ચ જોઈએ.

૬૦,૦૦૦ કરોડથી વધારાનો ખર્ચ ઉદ્યોગોને આગળ વધારવા માટે લગાવવામાં આવશે.

મને પોતાની ફેક્ટરી માટે જમીન સસ્તી અને બેન્કની સરળ લોનના હપ્તાઓ પર મળી ગઈ છે. અહીંયા પર ૨૪ કલાક પાણી અને વિજળીની સુવિધા છે.

આપણાં મુખ્યમંત્રી ઉત્તર પ્રદેશના વિકાસ માટે સારું કામ કરી રહ્યાં છે.

ચાલો, જોઈએ, ઉત્તર પ્રદેશમાં શિક્ષણને ક્ષેત્રમાં કેટલું કામ થયું છે?

સ્કૂલ

સ્કૂલ ચાલો અભિયાન અંતર્ગત ૧,૩૧,૧૬૯થી વધારે વિદ્યાર્થી નામાંકિત થઈ ચુક્યા છે.

અમે પ્રત્યેક વિદ્યાર્થી અને શિક્ષકના ડેટા કમ્પ્યૂટરાઈઝ કરી રહ્યાં છે. સ્કૂલના ફર્નીચર, વિજળી અને પાણીની સુવિધાઓ માટે અમને ૫૦૦ કરોડ રૂપિયાની ફાળવણી થઈ છે.

PRINCIPAL

ચાચાજી, ચાલો ભીમસિંહથી મળીએ. તે પોતાના ખેતરોમાં શેરડી ઉગાવે છે.

નમસ્કાર! ચાચાજી.

તમારે ખુશ થવું જોઈએ કે સરકાર તમારી ચોખ્ખી રકમ શેરડી ઉત્પાદકોને આપશે.

હા, સાચું છે. આનાથી પહેલાં અમે પરેશાન હતા.

૨૦૧૭-૨૦૧૮માં ઉ.પ્ર. સરકારે ૨૭,૭૨૯.૪૮ કરોડ અને રૂપિયા ૪૩,૫૫૪ શેરડીના ખેડૂતોને આપ્યા છે. ઉ.પ્ર. રાજ્ય દેશની ૩૭% ખાંડનું ઉત્પાદન કરે છે.

મુખ્યમંત્રી યોગી આદિત્યનાથ ૨૦૨૨ સુધી ખેડૂતોની આવક બમણી કરવા ઈચ્છે છે.

મન આ શૌચાલય નજરે પડ્યું. પૂરા ઉ.પ્ર.માં સ્વચ્છ ભારત અભિયાન અંતર્ગત ૧.૭૧ કરોડ શૌચાલય ૨.૫ કરોડ પરિવારો માટે બનાવવામાં આવ્યા છે.

ઉજ્જવલા યોજના અંતર્ગત ૯૭ લાખ પરિવાર મફત ગેસ કનેક્શન લઈ ચુક્યા છે.
મેં પણ આ સુવિધા લીધી છે.
૭૫૮૩ ગામ, બસ દ્વારા શહેરથી જોડાઈ ગયા છે. ૧૮ બસ ટર્મિનલોને અત્યાધુનિક કરવામાં આવ્યા છે. ૧૬ એરકન્ડિશન બસો, ૫૦ નવી બસો ચલાવવામાં આવી છે.
લખનઉ નાજીપુર હાઈવેનો વિકાસ થઈ ગયો છે. આ આગળ ગ-ેરખપુર સુધી વધારવામાં આવશે.
બુંદેલખંડ પ્રભાગમાં બુંદેલખંડ એક્સપ્રેસ-વે પણ જલ્દી બનાવવાની યોજના છે.
કુંભ મેળો ૩૨૦૦ એકર ક્ષેત્રમાં આયોજિત કરવામાં આવ્યો છે. રસ્તાઓ, પુલ, અંડરપાસ, એરપોર્ટનું આધુનિકીકરણ કરવામાં આવ્યું છે. એમાં તંબૂ, હૉસ્પિટલ, શૌચાલય, ડિસ્પ્લે બોર્ડ, સુરક્ષા ઉચ્ચ સ્તરીય છે.
ઉ.પ્ર. માં ખૂબ જ વિકાસ થયો છે. એનો શ્રેય તમારા કઠિન પરિશ્રમને જાય છે.
કુંભ મેળાનું ઉદ્ઘાટન મુખ્યમંત્રી યોગી આદિત્યનાથ
ઉ.પ્ર. દેશની ત્રીજી સૌથી મોટી વ્યવસ્થા છે. પ્રધાનમંત્રી આવાસ યોજના અંતર્ગત વર્ષ ૨૦૧૭-૧૮માં કુલ ૯.૧૦ લાખ મકાનોની સ્વીકૃતિ પ્રદાન કરવામાં આવી છે.

નૉટી બિલ્લુ
હાય ! બિલ્લૂ !!
હાઈ, નિક્કી!

ક્યાંથી આવી ગઈ આ મુસીબત !
મારું એક કિલો વજન વધી ગયું. ખબર છે કેવી રીતે ?

ખબર છે આ મેકઅપના કારણથી, જે તે તારા મોઢા પર લગાવી રાખ્યું છે.
નૉટી બૉય!

તું મારા વિશે સુંદર-સુંદર વાતો બતાવ.
હું તને દરેક વાત પર કંઈકને કંઈક આપીશ.

પ્રૉમિસ !
પ્રૉમિસ !

એવું જ છે તો સાંભળ, તે બહું સરસ ડ્રેસ પહેર્યો છે.

વાઉ!
© PRAN'S FEATURES

થૅંક્યૂ!

આ લે ચોકલેટ.

બીજું કહો.

આંખો પર ચશ્મા ખૂબ જ સુંદર છે.

www.chachachaudhary.com

21

હજું કઇ બોલું?

ના, હવે મારી પાસે તને આપવાનો સામાન સમાપ્ત થઈ ગયો છે.

સારું, એક વાત મારા તરફથી કહું?

બોલો, બોલો.

આટલી સુંદર વસ્તુઓ પછી પણ તું સુંદર નથી લાગી રહી.

બજરંગી પહેલવાન ! હું તમારી પાસે જ આવી રહ્યો હતો.
તે કેમ ?
બિલ્લૂ મેનક્વીન્સ

કાલે તું કોઈકથી કહી રહ્યો હતો કે તે ભૂત નથી જોયું.

હે કીધું હા, કહી રહ્યો હતો, તો?
© PRAN'S FEATURES

હું તમને ભૂત બતાવવા આવ્યો છું.

ખરેખર! બતાવો ભૂત.

જુઓ, આ અરીસામાં.

મજાક કરે છે હમણાં બતાવું છું.

છોડીશ નહી તને.

આજે તો ખોટો પંગો લઈ લીધો.

પહેલવાનને હાથે નથી આવવું, અહીંયા અહી છુપાઈ જાઉં છું.
સંતાયો તો અહીંયા છે, હમણાં કાઢું છું.

ક્યાં ગયો ?

આગ લાગી ગઈ, ભાગો!
ક્યાં આગ લાગી?

બતાવું છું.
અરે ! આ તો પહેલવાનની ટ્રિક હતી.

ભાગો!

ભાગીને ક્યાં જઈશ?

આજે પહેલવાન તો પાછળ પડી ગયો. કેવી રીતે બચું?

એક રસ્તો છે.

www.chachachaudhary.com

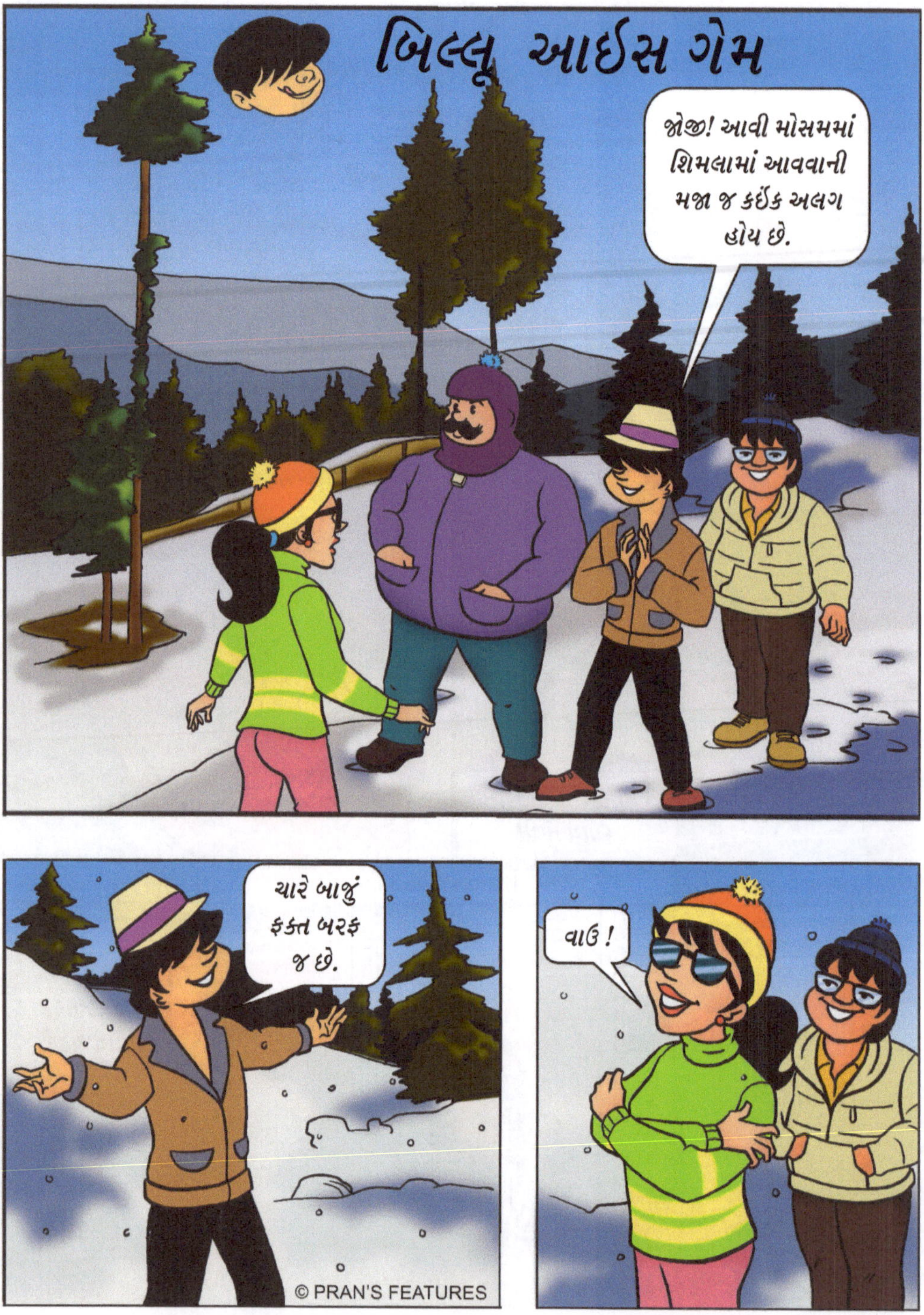

બિલ્લુ આઈસ ગેમ

બરફમાં આઈસગેમની મજા આવશે.

હું પણ આઈસગેમ રમીશ.

મોટા વાળી.

ભડાક!

ગુર્ર ર્ ર્!!

ખૂબ મુશ્કેલીથી તૈયાર થયો આ આઈસ બૉય!

મેં આ ખૂબ મોટો આઈસબૉલ ખૂબ જ મુશ્કેલથી બનાવ્યો છે.

આઈસબૉયને સરળતાથી ખતમ કરવા માટે.

હો ! હો !! હો !!!

આ પહેલવાન આપણને અહીંયા કશું નહીં કરવા દે.

આનું કંઈક કરવું પડશે.

થોડીવાર પછી-
હે ! હે !!

હે !! તું આઇસ પર કૂદે છે તો હું પણ કૂદીશ.

આવી જાઓ.

હે ! હે !!

કુ ડા ચ !!
અરે !

હું તો ફસાઈ ગયો.

મને ખબર હતી આ જગ્યાની પર...
...તમારા જેવાં ભારે માણસો કૂદે તો બરફનું પડ જ તૂટી જશે.

હવે તમે ફસાયેલા રહો.
www.chachachaudhary.com

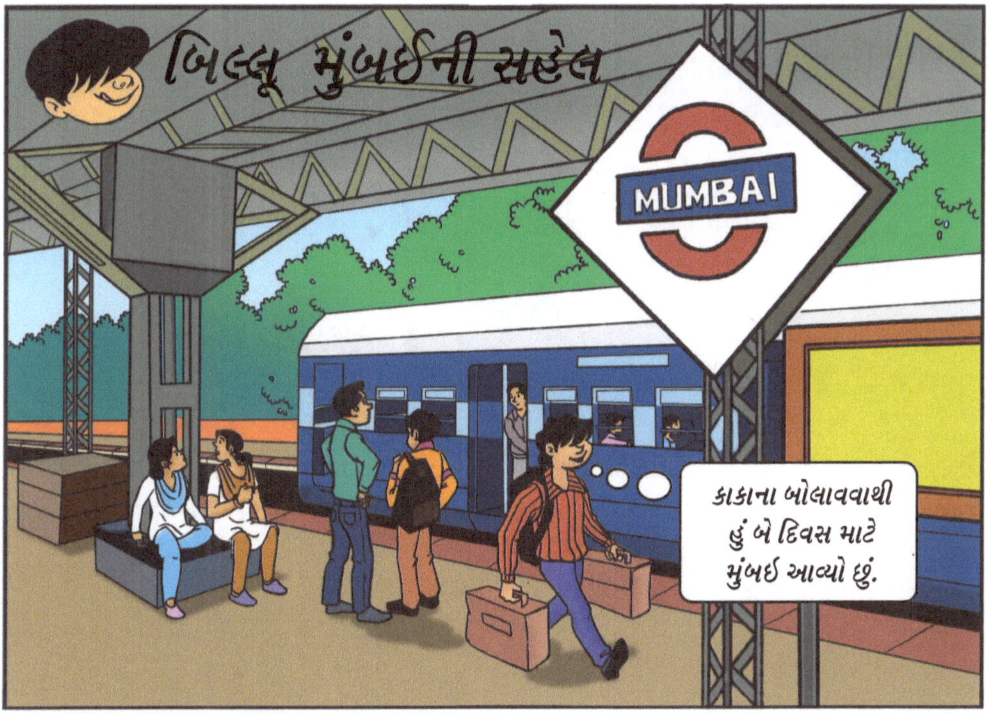

બિલ્લૂ મુંબઈની સહેલ

ગેટ વે ઓફ ઇન્ડિયા.

ફ્લોરા ફાઉન્ટેન.

અજંતા ઇલોરાની ગુફાઓ.

માઉન્ટ મેરી ચર્ચ. વાઉ!

ચોપાટી ! ગ્રેટ !!

ચાલો, સમુદ્રમાં નહાવાની મજા લઈએ.

ખૂબ મજા આવી રહી છે.

અરે, આ શું છે ?

વૂં !!!
આઇ ઇ ઇ !!

હો ! હો !!
આ શું મુસીબત છે?

આ આવી રીતે જ લોકોને પરેશાન કરે છે. ચાલો બીજે કયાંક જઇએ.

આ ઠીક છે.

ઓહ ! અહીંયા પણ આવી ગયો.
હાઉ !!

આપણે જ્યાં જઈશું, આ પાણીની અંદર-અંદર ત્યાં પહોંચી જશે.

આને મજા ચખાડવી પડશે.

આવો, ત્યાં જઈએ.
CAUTION
સાવધાન માછલીઓનું ખતરનાક ક્ષેત્ર

તેઓ ત્યાં જઈ રહ્યાં છે, હું પણ ત્યાં જાઉં છું.

ખતરનાક માછલીઓ !

ભાગો!
આઈ!

હવે આપણે સમુદ્રમાં ક્યાંય પણ સ્નાન કરીએ, આપણને કોઈ તંગ નહીં કરે.
www.chachashaudhary.com

બિલ્લૂ ખરાબ ફસાયો

લૉનમાં વાડ લગાવવા માટે પપ્પાએ આ તાર ખરીદ્યો છે.

હું ઑફીસ જાઉ છું. બિલ્લૂ કોઈ મજૂરની મદદથી આ તારનું બંડલ ઘરે લઈ જજે.

સારું પપ્પા.

મજૂરની શું જરૂર, હું જ એને ઉઠાવીને ઘેર લઈ જાઉં છું.

પૈસા બચશે. ઊંહ!

ઊંહ !

ઓહ ! ઉપાડવાના ચક્કરમાં બંડલ ખૂલી ગયું.
© PRAN'S FEATURES

હવે તો કોઈ મજૂરને બોલાવવો પડશે.

આને તારા ઘર સુધી લઈ જવાના સો રૂપિયા લઈશ.

સો રૂપિયા!
હા !

સો રૂપિયા તો વધારે છે.
મારા સિવાય તને કોઈ બીજો મજૂર નહીં મળે, એટલે સો રૂપિયા જ લાગશે.

આ તો મજબૂરીનો ફાયદો ઉઠાવવાનું થયું.

જે સમજવું હોય તે સમજી લો.

સારું! લઈને ચાલો ભાઈ!

બંડલ તો ખૂલેલું છે.

ચાલો.

ઓફફ ! આ તાર તો મારા શરીરને વિંટળાઇ રહ્યાં છે.
ઓફફ !

બસ હવે ઘરે પહોંચી ગયા.
એમાંથી કાઢવાના પાંચસો રૂપિયા છે.

આ લો, સો રૂપિયા.
હું આમા ખરાબ રીતે ફસાયો છું, મને એમાંથી કાઢ.
નહીં તો આમ જ ફસાયેલા રહો.

બિલ્લૂ સ્વીટ હોમ

જોજી ! મેં છેલ્લો ખીલ્લો ઠોકી દીધો છે. આપણું સ્વીટ હોમ તૈયાર છે.

રજાઓમાં આપણે અહીંયા રહીશું
બિલ્લૂ! ગરમીનો કોઈ ઉપાય થઈ તો યોગ્ય રહેતું.
www.chachachaudhary.com

બાળકો! બધા લોકો ગરમીની રજાઓમાં વિતાવવા પહાડો પર ગયા છે. તમે કેમ નથી ગયા?
અમે કેવી રીતે જઈ શકીએ?

હિલ સ્ટેશન જવા અને હોટલમાં રોકાવવા માટે પૈસાની જરૂર પડે છે. જે આમારી પાસે નથી. એ માટે અમે લાકડાના પાટીયાથી ઝૂપડું બનાવવું છે

જો તમે ઇચ્છો, તો હું તમને પૈસા ખર્ચ કર્યા વગર તમને પહાડ પર મોકલી શકું છું.
મને મજાક પંસદ નથી.

શું તું નથી જાણતો, તે ચાચા ચૌધરી છે, જે કહે છે તે કરીને બતાવે છે.

માફ કરજો, ભૂલ થઈ ગઈ. તમે અમને કેવી રીતે પહાડ પર પહોંચાડશો ?
તમે બંને ઝૂંપડીની અંદર જાઓ.

સાબૂ ! બિલ્લૂના ઝૂપડાને ઉપાડીને પહાડ પર પહોંચાડી દે.
એ તો થઈ ગયું, સમજો.

હૂ-હૂબા-હૂબા !!
ઝૂપડું બનાવવાથી હોટલ ભાડા પર નહીં લેવી પડે.

સાબૂએ તો બધું જ ઉપાડી લીધું.

અમે ડોલી રહ્યાં છીએ.
એવું એના ચાલવાથી થઈ રહું છે.

જુઓ, સાબૂ તો ઝૂંપડી ઉપાડીને આવે છે.

આને ક્યાં મૂકું ?
હજું ઉપર લઈ જાઓ. પહાડની ટોચ પર..

સારું, હવે હું જાઉં છું. તમે અહીંયા પોતાની રજાઓ મનાવો.
આભાર.

વાતાવરણ મનમોહક છે. જરા બહાર ફરીને આવું.

ઓહ !
બચાવો.
તું ભૂલી ગયો કે, ઝૂંપડી પહાડની ટોચ પર છે.
મારો હાથ પકડવાનો પ્રયત્ન કર.

પકડી રાખ. ધીરે-ધીરે હું તને ઉપર ખેંચી લઈશ.

આભાર, જોજી !

ઓહ ! અચાનક ઝૂપડી સૂકાયેલા પાંદડાની જેમ હલવા લાગી.

તેજ હવાથી આપણી આખી ઝૂંપડી ઉડી રહી છે.

તે જૂઓ.
ઝૂંપડી ઉડી રહી છે.
પહેલાં ક્યારેય આવુ દૃશ્ય નથી જોયું.

હવાનો વેગ થોડો ઓછો થયો છે.

આપણે નીચે જઈ રહ્યાં છીએ.

ઓહ ! આ ઝટકો કેવો?

લાગે છે આપણી ઝૂંપડી ક્યાંક જઈને ટકી છે.
પણ ક્યાં ?
www.chachachaudhary.com

હૈ ??